PAUL DU BOUCHET

JOHANN - SEBASTIEN
BACH

Người dịch: PHẠM VĂN UYỂN

Trình bày bìa : TRẦN QUANG TUẤN

NHÀ XUẤT BẢN KIM ĐỒNG

Johann Sebastien Bach sinh vào ngày đầu xuân 1685, trong một gia đình nhạc sĩ ở Đức. Cụ kỵ của ông, một chủ cối xay bột, thời đó đã chơi đàn thập lục xita trong khi nghe tiếng nước róc rách qua bánh xe của chiếc cối xay của cụ.

HÃY LẮNG NGHE

Bạn đã bao giờ nghe tiếng reo của nước trong cuối xay hoặc của một dòng suối chưa? Hãy tưởng tượng xem nó có thể tạo ra âm nhạc như thế nào nếu ta đệm theo bằng một nhạc cụ.

ANH

Eisenach

ĐỨC

PHÁP

ITALIE

Bach sinh ra trong thị trấn nhỏ Eisenach, ở miền trung nước Đức.

Cha của Johann Sebastien là nhạc sĩ của thị trấn. Ông soạn các bản nhạc cho những ngày lễ hội. Chú cậu, Johann Chiristophe, là người đánh đàn ống. Anh cả của cậu cũng có tên là Johann Sebastien Chiristophe và cũng chơi đàn.

ĐẾN LƯỢT BẠN HÁT NÀO!

Điều mà các anh em họ Bách rất thích khi gặp mặt nhau là cùng hát theo kiểu hát đuổi. Bạn đã bao giờ hát đuổi với bạn bè chưa? Một người bắt đầu... Rồi người khác. Và rồi người thứ ba. Như vậy hiệu quả âm nhạc sẽ rất tuyệt và thật là thú vị khi hát nhiều người.

Buổi hòa nhạc sinh viên, tranh màu nước.
(Bảo tàng quốc gia Nuremberg, Đức).

4

Johann Sebastien có giọng rất đẹp và cậu hát trong dàn hợp xướng của nhà trường. Mỗi chủ nhật, người ta đều được nghe gia đình Bach trình diễn nhạc ở nhà thờ: Cha cậu kéo viôlông,

Buổi hòa nhạc tám người, chi tiết. Valentin (1594-1632) Bảo tàng Louvre, Pari.

CÓ TIẾNG VANG

Nếu bạn có dịp nghe âm nhạc trong nhà thờ, bạn sẽ nhận thấy nó thật sâu lắng, trang trọng. Bạn hãy thử hát trong một ngôi nhà nào đó bằng đá, rất rộng và trần rất cao. Hãy lắng nghe giọng hát của bạn vang như thế nào, những âm thanh động lại lâu như thế nào.

chú cậu chơi đàn ống, Johann Sebastien bé nhỏ hát với giọng trong trẻo tuyệt đẹp. Hồi đó, Johann Sebastien đã bị âm thanh đàn ống quyến rũ.

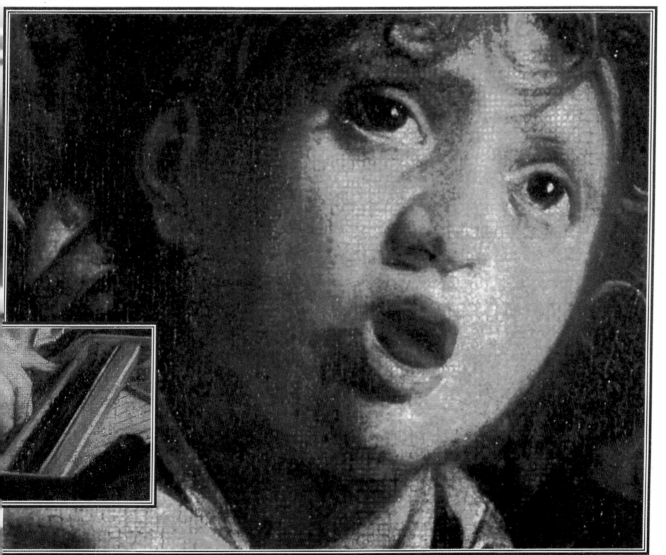

Lên 9 tuổi, Johann Sebastien mồ côi cả cha và mẹ. Cậu phải đến ở nhà anh cả, Johann Christophe, một nhạc công đàn ống nghèo có một con nhỏ và một người vợ phải nuôi. Tuy nhiên,

Cảnh gia đình. *Jean Siberechts (1627 - 1703). Bảo tàng quốc gia Copenhagen, Đan Mạch.*

BẠN CÓ THÍCH NHẢY MÚA KHÔNG?

Bạn có biết một trong những lý do tồn tại chính của âm nhạc là làm cho người ta nhảy múa không? Hãy thử tìm ra cho mình một nhịp điệu và một điệu múa cho bất cứ bản nhạc nào mà bạn nghe.

Johann Sebastien không phải là đứa trẻ đau buồn. Đó không phải là bản tính của cậu. Nếu cuộc sống có khó khăn thì nó lại cũng tràn đầy lễ hội, ca múa làm nhịp cho sinh hoạt các làng quê thời bấy giờ.

Johann Sebastien rất khát khao âm nhạc. Một hôm, cậu phát hiện ở đáy tủ có một quyển vở bí mật của anh cậu. Trong cuốn

Một số trang bản thảo viết tay và trang bìa tập Nghệ thuật fuga (giữa, dưới) của Johann Sebastien Bach.

vở có nhạc của những bậc thầy vĩ đại nhất thời ấy. Trải qua bao đêm trắng, dưới ánh sáng một ngọn nến, cậu chép lại các bản nhạc. Một buổi tối, anh cậu bắt gặp và giận dữ tịch thu quyển vở. Johann Sebastien rất đau khổ. Nhưng tất cả những bản nhạc cậu đã chép lại được, nay vẫn nằm trong óc cậu.

Suốt cuộc đời mình, Bach đã soạn rất nhiều bản nhạc. Tất nhiên là viết tay với một cây bút lông ngỗng.

KÝ ỨC ÂM NHẠC

Bạn có thể nhớ lại một bản nhạc mà bạn đã được nghe một lần? Hãy thử làm điều này với một bản nhạc của Bach. Nghe xong, bạn hãy thử hát hoặc huýt sáo giai điệu đó.

Mười ba tuổi, Johann Sebastien muốn tự kiếm sống. Cậu tìm đến trường dạy thanh nhạc tốt nhất của đất nước. Giọng

ĐẾN XƯỞNG LÀM ĐÀN

Bach cực kỳ thích viôlông và đàn antô. Bạn đã bao giờ vào xưởng làm đàn, nơi sản xuất ra những loại đàn dây chưa? Nếu bạn có dịp đi qua một hiệu làm đàn thì đừng ngần ngại vào hỏi xem những cây vĩ cầm đẹp nhất của các bác nghệ nhân.

của cậu có một vẻ đẹp hiếm có nên cậu được tiếp nhận ngay. Hơn thế nữa, cậu lại được nuôi ăn ở. Nhưng, một năm sau, giọng cậu thay đổi. Cậu không thể hát trong các dàn đồng ca. Thế là cậu lao vào chơi các nhạc cụ mà cậu ưa thích: đàn ống, và tất nhiên là đàn clavơxanh, nhưng cũng chơi cả viôlông và đàn antô.

Phải cần đến hơn 70 miếng gỗ để làm ra được một cây đàn viôlông! Ở đây, ta thấy người thợ đẽo mặt trên của cây đàn và đục hai rãnh hình chữ   rất quan trọng cho âm vang. Ở bức ảnh thứ ba, người thợ gắn que âm (một chiếc que nhỏ truyền các rung động) vào trong cây đàn.

Khi Johann Sebastien 18 tuổi, một hôm người ta bảo cậu thử cây đàn ống của thị trấn Arnstadt. Tại đó có công chúng đông đảo. Johann Sebastien lướt các ngón tay trên bàn phím, chân nhịp trên bàn đạp của cây đàn... Mọi người kinh ngạc.

Chưa bao giờ người ta được nghe những âm thanh như vậy. Tiếng nhạc cứ như là đến từ trời cao. Lập tức Johann Sebastien được bổ nhiệm làm nhạc công đàn ống của thị trấn Arnstadt. Đó là công việc đầu tiên thật sự của anh. Từ đó, anh không bao giờ ngừng chơi đàn ống. Anh cũng không bao giờ ngừng sáng tác.

CẦU THANG LÊN ĐÀN ỐNG

Bạn đã bao giờ trèo lên chiếc thang nhỏ dẫn đến cây đàn ống trong nhà thờ chưa? Khi nghe đàn ống từ bên dưới, ta có cảm giác là tiếng nhạc không đến từ đâu cả, vì không thấy người chơi. Một hôm nào đó em hãy đến gặp người chơi đàn ống, nhìn ông ấy biểu diễn với cả tay và chân. Gần như bao giờ ông cũng sẽ tiếp bạn một cách dễ thương.

Đàn ống của nhà thờ Cambrai, tủ nhạc thế kỷ 18.

Johann Sebastien lấy Maria Barbara, sinh được bốn người con. Nhưng Barbara mất rất trẻ và Johann Sebastien lại lấy Anna Magdalena, sống với bà đến khi qua đời năm 1750. Ông có tất cả mười người con, trong số đó bốn người trở thành những nhạc sĩ rất lớn.

Bach và gia đình cầu nguyện buổi sáng, *1870. F. Rosenthal. Bảo tàng Leipzig, Đức.*

BẠN ĐÃ SÁNG TÁC ĐƯỢC BẢN NHẠC NÀO CHƯA?

Các con của Bach sáng tác nhạc từ khi còn rất trẻ. Chẳng hạn Carl Philip Emmanuel đã sáng tác Bản hành khúc cung Rê trưởng khi mới 10 tuổi và sau đó Bach đã giúp cậu chép lại. Nhưng chẳng cần phải biết viết nhạc để sáng tác một giai điệu, mà chỉ cần thích hát.

Ngày nay

cũng như trước kia...

Người ta luôn luôn

chơi nhạc

của BACH

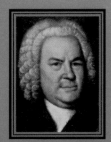

Chân dung J.S. Bach ở tuổi 61,
1746. E.G. Haussmann.
Bảo tàng Leipzig, Đức.

BI CA VỀ KHỔ HÌNH CỦA CHÚA THEO THÁNH MATTHIEU

Bach viết nhiều bản nhạc nói về Đức Chúa, đó là thánh ca. Nghề nghiệp của ông là phải viết nhạc cho mỗi ngày chủ nhật ở nhà thờ. Đó là những khúc ngợi ca và bi ca. Ngợi ca là những lời cầu nguyện tôn vinh Đức Chúa. Và bi ca kể lại cái chết của Jesus Christ. Đó là những tác phẩm cho người hát, mỗi ca sĩ phụ trách một vai. Dàn hợp xướng đóng vai quần chúng, và người độc xướng đóng vai, ví dụ, Chúa Jesus, hoặc Đức Mẹ Marie, hoặc đơn giản vai người kể chuyện. Bao giờ bản nhạc cũng kể một việc gì đó. Chẳng hạn khúc bi ca về khổ hình của Chúa theo Thánh Matthieu nói lên sự đau khổ của con người trên Trái Đất và cầu xin Thượng Đế cứu giúp.

Khúc bi ca bắt đầu khi Chúa Jesus bị bắt và chấm dứt khi Người từ trần trên thánh giá.

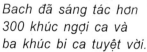

Bach đã sáng tác hơn 300 khúc ngợi ca và ba khúc bi ca tuyệt vời.

18

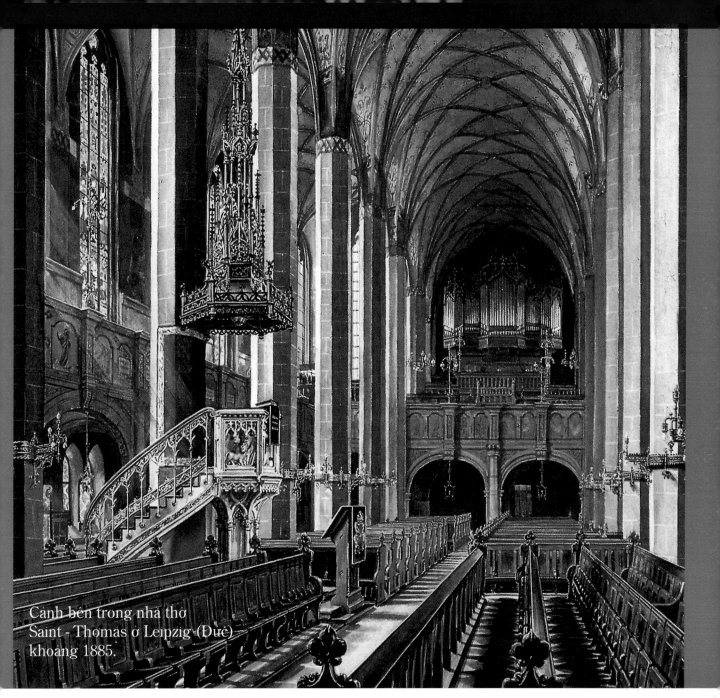

Cảnh bên trong nhà thờ
Saint - Thomas ơ Leipzig (Đức)
khoảng 1885.

QUYỂN SÁCH NHỎ CỦA ANNA MAGDALENA

Bach cho rằng người nhạc sĩ còn có vai trò dạy nhạc cho người khác. Ông có nhiều học trò học clavơxanh và đàn ống, trước hết là các con mình. Ông được các học trò rất yêu mến và ông đã sáng tác nhạc riêng cho họ. Trước hết, ông soạn cuốn *Sách nhỏ về đàn ống* cho những người muốn học đàn ống và hòa âm. Ông cũng viết cuốn *Sách nhỏ về bàn phím* cho con cả là Wilheim Friedmann lúc đó mới 10 tuổi. Bach còn soạn những bài khó hơn như *Bàn phím thanh âm điều hòa* hoặc *Biến tấu Goldberg*. Đó là những biến tấu ông viết cho một trong những học trò học clavơxanh của ông có tên là Goldberg.

Goldberg giúp việc cho một nam tước, ông này ban đêm không ngủ được. Vì vậy mỗi tối Goldberg phải chơi các bản "Biến tấu" để giải buồn cho chủ.

Bài học nhạc, 1769 E. Handman. Bảo tàng Bâle, Thụy Sĩ.

Người chỉ huy ban Thánh ca. *Tranh khắc màu rút trong tập* Nhà hát âm nhạc *của J.C. Weigel, 1720.*

Phần bên trong cây đàn Pianô cánh.

CÁC BẢN CÔNGXECTÔ THÀNH BRANDEBOURG

Nhạc thính phòng, đó là nhạc do một hoặc nhiều nhạc cụ trình tấu trọng một căn phòng như một buổi hòa nhạc nhỏ. Bach đã viết hầu hết các bản nhạc thính phòng của mình trong thời gian ông phục vụ hoàng thân Anhalt Kothen, một người rất thích âm nhạc. Tại đây ông đã viết các "Tổ khúc cho đàn viôlôngxen" và "Tổ khúc cho viôlông", là những tác phẩm vĩ đại trong số những tác phẩm khó thể hiện nhất đối với người chơi viôlôngxen hay viôlông. Nhưng ông cũng viết cho những đoàn đồng diễn nhạc khí lớn hơn như "Tổ khúc cho dàn nhạc" và các "Côngxectô thành Brandebourg" rất nổi tiếng. Bạn hãy thử nghe, chẳng hạn bản Côngxectô Brandebourg số 4, và tận hưởng niềm vui, niềm vui đặc biệt của bản côngxectô ấy.

Bach cũng viết những bản xônat tuyệt vời cho hai nhạc cụ: viôlông và clavơxanh, sáo và clavơxanh hoặc vion và clavơxanh.

Đàn vion.

Người chơi đàn vion

Tam tấu.
Robent Tournieres (1667 - 1752)
Bảo tàng Mỹ Thuật Dijon (Pháp).

NHỮNG NHẠC SĨ LỪNG DANH
Johann - Sebastien BACH
*(Dịch và minh họa theo nguyên bản tiếng Pháp
của NXB Gallimard)*

NHÀ XUẤT BẢN KIM ĐỒNG

62 Bà Triệu - Hà Nội. ĐT: 04 9434 730 - 04 9435 831 Fax: 04 8229 085.
Email: kimdong@hn.vnn.vn
TRUNG TÂM P.H.S MIỀN TRUNG
20A Ng.Chí Thanh-TP Đà Nẵng. ĐT: 0511 886335- Fax: 0511 886334
CHI NHÁNH NXB KIM ĐỒNG
268 Nguyễn Đình Chiểu - TP Hồ Chí Minh. ĐT: 08 9303 832 - Fax: 08 9305 867
Email: cnkimdong@hcm.vnn.vn

Chịu trách nhiệm xuất bản: NGUYỄN THẮNG VU
Biên tập : BAN BIÊN TẬP SÁCH KHOA HỌC
Trình bày: THEO NGUYÊN BẢN
Sửa bài : PHƯƠNG NAM

In 2.000 bản - Khổ 20,5cm x 18,5cm - Tại Công ty In và Văn hóa phẩm
Số XB: 222/KĐA - 465/KH- 1576/CXB cấp ngày 22/12/2000 - Mã số ĐV 2
In xong và nộp lưu chiểu tháng 2/2001